AF175505


Impressum
Verlag: BABADADA GmbH, Nedderfeld 112 , 22529 Hamburg
Geschäftsführer / Verlagsleitung: Harald Hof
Druck: Books on Demand GmbH, In de Tarpen 42, 22848 Norderstedt

Imprint
Publisher: BABADADA GmbH, Nedderfeld 112 , 22529 Hamburg, Germany
Managing Director / Publishing direction: Harald Hof
Print: Books on Demand GmbH, In de Tarpen 42, 22848 Norderstedt

# โรงเรียน
# 學校

ห้องเรียน
教室
หาร
除
186/2
กระดาน
黑板
สนามโรงเรียน
校園
ครู
老師
กระดาษ
紙
เขียน
書寫
ปากกา
筆
โต๊ะทำงาน
辦公桌
ไม้บรรทัด
直尺
หนังสือ
書
นักเรียน

กระเป๋าหนังสือ

書包

กล่องดินสอ

鉛筆盒

ดินสอ

鉛筆

กบเหลาดินสอ

削鉛筆機

ยางลบ

橡皮擦

สมุดวาดภาพ

畫板

ภาพวาด

圖畫

พู่กัน

畫筆

กล่องสี

顏料盒

กรรไกร

剪刀

กาว

膠水

สมุดแบบฝึกหัด

練習冊

การบ้าน

家庭作業

12

ตัวเลข

數字

2+2

บวก

加

5-2

ลบ

減

2×2

คูณ

乘

คำนวณ

計算

A

ตัวอักษร

字母

ABCDEFG
HIJKLMN
OPQRSTU
VWXYZ

อักษรพยัญชนะ

字母表

hello

คำ

字

ข้อความ

課文

อ่าน

讀

ชอล์ก

粉筆

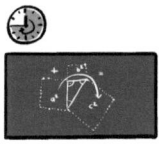

บทเรียน

上課

ลงทะเบียน

登記

การสอบ

考試

ใบรับรอง

證書

ชุดนักเรียน

校服

การศึกษา

教育

สารานุกรม

百科全書

มหาวิทยาลัย

大學

กล้องจุลทรรศน์

顯微鏡

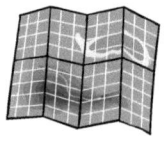

แผนที่

地圖

ตะกร้าใส่เศษกระดาษที่ไม่ใช้แล้ว

廢紙簍

# การท่องเที่ยว

## 旅行

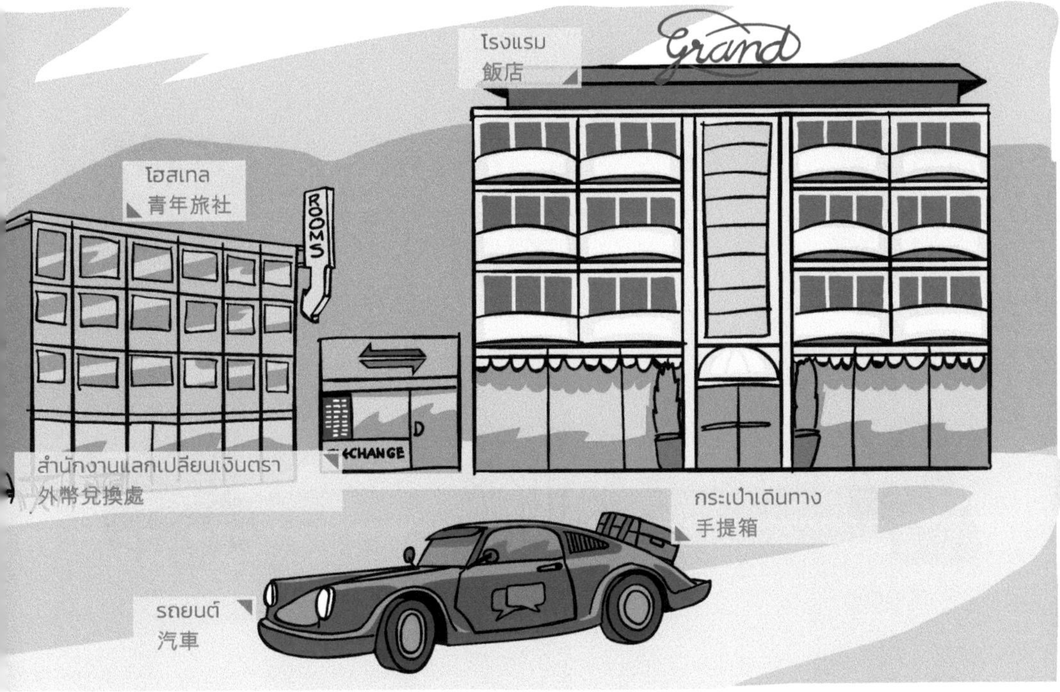

โรงแรม
飯店
Grand
โฮสเทล
青年旅社
ROOMS
สำนักงานแลกเปลี่ยนเงินตรา
外幣兌換處
EXCHANGE
กระเป๋าเดินทาง
手提箱
รถยนต์
汽車

ภาษา

語言

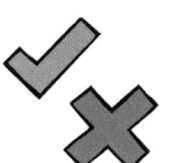

ใช่/ไม่ใช่

是/否

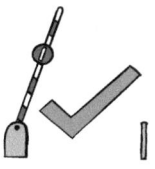

ตกลง

好的

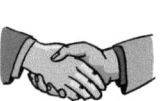

สวัสดี

您好

นักแปล

翻譯人員

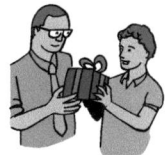

ขอบคุณ

謝謝

ราคาเท่าไหร่...?

......多少錢？

ฉันไม่เข้าใจ

我不明白

ปัญหา

問題

สวัสดีตอนเย็น

晚上好！

สวัสดีตอนเช้า

早上好！

ราตรีสวัสดิ์

晚安！

แล้วพบกันใหม่

再見

ทิศทาง

方向

กระเป๋าเดินทาง

行李

กระเป๋า

包

กระเป๋าสะพายหลัง

背包

แขก

客人

ห้อง

房間

ถุงนอน

睡袋

เต้นท์

帳篷

ข้อมูลนักท่องเที่ยว

旅行資訊

ชายหาด

海灘

บัตรเครดิต

信用卡

มื้อเช้า

早餐

มื้อกลางวัน

午餐

มื้อเย็น

晚餐

ตั๋ว

票

ลิฟต์

電梯

แสตมป์

郵票

พรมแดน

邊界

ภาษีศุลกากร

海關

สถานทูต

大使館

วีซ่า

簽證

พาสปอร์ต

護照

# ขนส่ง
# 交通運送

飛機
เรือใหญ่
船
รถดับเพลิง
消防車
รถโดยสารปร
公車
รถบรรทุก
卡車
เรือยนต์
汽艇
จักรยาน/จักรยานยนต์
腳踏車
รถยนต์
汽車

เรือข้ามฟาก
渡輪

เรือ
小船

รถจักรยานยนต์
機車

รถตำรวจ
警車

รถแข่ง
賽車

รถเช่า
租車

การแบ่งกันใช้รถยนต์

拼車

รถลาก

拖車

รถขยะ

垃圾車

เครื่องยนต์

馬達

เชือเพลิง

汽油

ปัมน้ำมัน

加油站

เครื่องหมายจราจร

交通標識

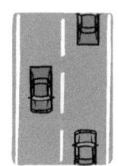

การจราจร

交通

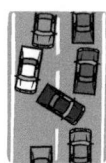

การจราจรติดขัด

交通堵塞

ทีจอดรถ

停車場

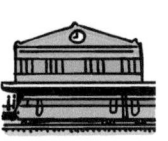

สถานีรถไฟ

火車站

รางรถไฟ

軌道

รถไฟ

火車

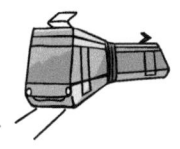

รถราง

路面電車

ตู้รถไฟ

客車廂

เฮลิคอปเตอร์

直升機

สนามบิน

機場

หอคอย

塔

ผู้โดยสาร

乘客

ตู้บรรจุสินค้า

集裝箱

กล่องกระดาษ

紙板箱

รถเข็น/รถลาก

手推車

ตะกร้า

籃子

บินขึ้น/ ลงจอด

起飛/降落

## เมือง

## 城市

หมู่บ้าน

村莊

ใจกลางเมือง

市中心

บ้าน

房子

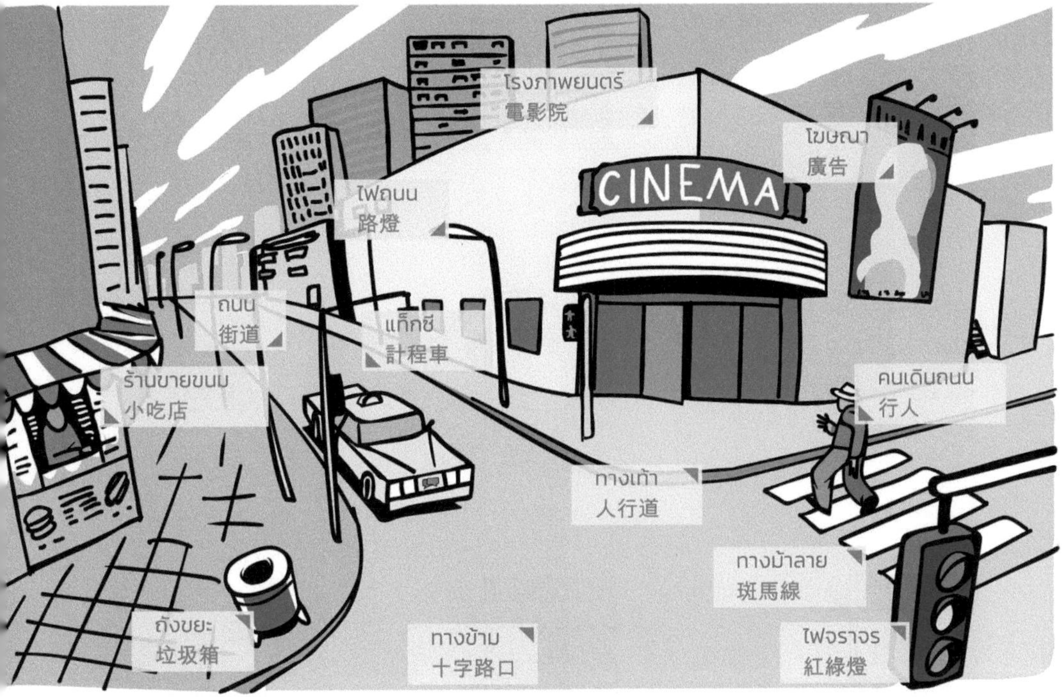

โรงภาพยนตร์
電影院
CINEMA
โฆษณา
廣告
ไฟถนน
路燈
ถนน
街道
แท็กซี่
計程車
ร้านขายขนม
小吃店
คนเดินถนน
行人
ทางเท้า
人行道
ทางม้าลาย
斑馬線
ถังขยะ
垃圾箱
ทางข้าม
十字路口
ไฟจราจร
紅綠燈

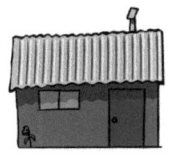

กระท่อม

小屋

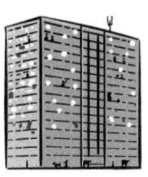

แฟลต

公寓

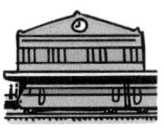

สถานีรถไฟ

火車站

ศาลากลางจังหวัด

市政廳

MUSEUM

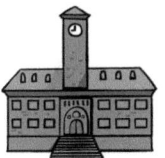

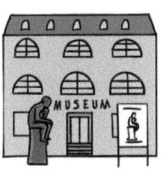

พิพิธภัณฑ์

博物館

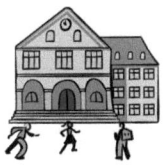

โรงเรียน

學校

มหาวิทยาลัย

大學

ธนาคาร

銀行

โรงพยาบาล

醫院

โรงแรม

飯店

ร้านขายยา

藥房

สำนักงาน

辦公室

ร้านขายหนังสือ

書店

ร้านค้า

商店

ร้านขายดอกไม้

花店

ซูเปอร์มาร์เก็ต

超市

ตลาด

市場

ห้างสรรพสินค้า

百貨商店

ร้านขายปลา

魚店

ศูนย์การค้า

購物中心

ท่าเรือ

海港

สวนสาธารณะ

公園

ม้านั่ง

長凳

สะพาน

橋

บันได

樓梯

รถไฟใต้ดิน

捷運

อุโมงค์

隧道

ป้ายรถเมล์

公車站

บาร์

酒吧

ร้านอาหาร

餐館

ตู้ไปรษณีย์

郵筒

ป้ายชื่อถนน

路標

มิเตอร์เก็บค่าจอดรถ

停車計時器

สวนสัตว์

動物園

สระว่ายน้ำ

游泳池

สุเหร่า/มัสยิด

清真寺

ฟาร์ม
農場

มลพิษ
污染

สุสาน
墓地

โบสถ์
教堂

สนามเด็กเล่น
操場

วัด
寺廟

# ภูมิประเทศ
# 地形

ใบไม้
樹葉

ป้ายบอกทาง
指示牌

ทาง
路

ทุ่งหญ้า
草地

ก้อนหิน
石頭

ต้นไม้
樹

นักเดินทางไกลด้วยเท้า
徒步旅行者

แม่น้ำ
河

หญ้า
草

ดอกไม้
花

หุบเขา

峡谷

เนินเขา

丘陵

ทะเลสาบ

湖

ป่า

森林

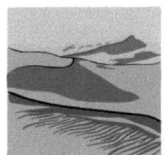

ทะเลทราย

沙漠

ภูเขาไฟ

火山

คฤหาสน์

城堡

รุ้งกินน้ำ

彩虹

เห็ด

蘑菇

ต้นปาล์ม

棕櫚樹

ยุง

蚊子

แมลงวัน

蒼蠅

มด

螞蟻

ผึ้ง

蜜蜂

แมงมุม

蜘蛛

แมลงปีกแข็ง

甲蟲

กบ

青蛙

กระรอก

松鼠

เม่น

刺蝟

กระต่ายป่า

野兔

นกฮูก

貓頭鷹

นก

鳥

หงส์

天鵝

หมูป่าตัวผู้

野豬

กวาง

鹿

กวางมูส

麋鹿

เขื่อน

水壩

กังหันลม

風力發電機

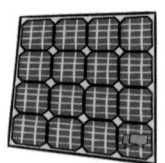

แผงโซล่าเซลล์

太陽能電池板

สภาพอากาศ

氣候

# ร้านอาหาร
# 餐館

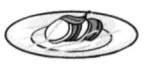

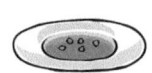

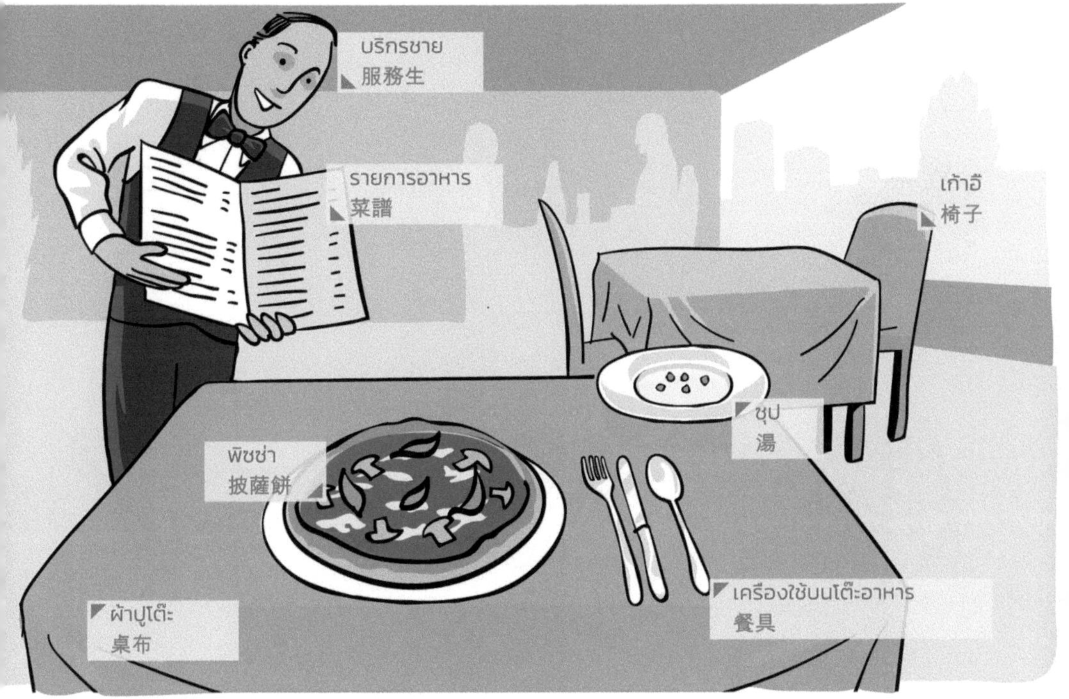
บริกรชาย
服務生
รายการอาหาร
菜譜
เก้าอี้
椅子
ซุป
湯
พิซซ่า
披薩餅
ผ้าปูโต๊ะ
桌布
เครื่องใช้บนโต๊ะอาหาร
餐具

อาหารเรียกน้ำย่อย

前菜

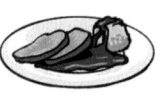

อาหารจานหลัก

主菜

ของหวาน

甜點

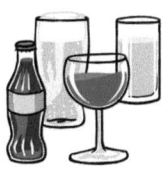

เครื่องดื่ม

飲料

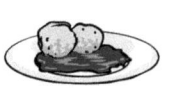

อาหาร

食物

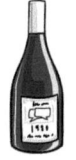

ขวด

瓶子

อาหารจานด่วน

速食

ร้านข้างถนน

街邊小吃

กาน้ำชา

茶壺

โถใส่น้ำตาล

糖盒

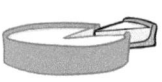

ส่วนแบ่งอาหารสำหรับหนึ่งคน

一份飯菜

เครื่องชงกาแฟเอสเปรสโซ่

義式咖啡機

เก้าอี้สูง

高腳椅

ใบเสร็จ

帳單

ถาด

托盤

มีด

刀

ส้อม

餐叉

ช้อน

勺子

ช้อนชา

茶匙

ผ้าเช็ดปากบนโต๊ะอาหาร

餐巾

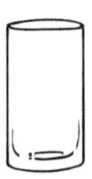

แก้วน้ำ

玻璃杯

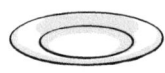

จาน

碟子

จานซุป

湯盤

จานรอง

碟子

ซอส

醬

กระปุกเกลือ

鹽瓶

กระปุกบดพริกไทย

胡椒研磨罐

น้ำส้มสายชู

醋

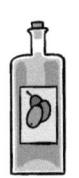

น้ำมันที่ใช้ปรุงอาหาร

食用油

เครื่องเทศ

調味料

ซอสมะเขือเทศ

番茄醬

มัสตาร์ด

芥末

มายองเนส

美乃滋

# ซูเปอร์มาร์เก็ต
## 超市

ข้อเสนอพิเศษ
特價
FOR
ลูกค้า
顧客
ผลิตภัณฑ์ที่ทำจากนม
乳製品
ผลไม้
水果
รถเข็น
購物車

ร้านขายเนื้อ

肉鋪

ร้านขายขนมปัง

麵包店

ชั่งน้ำหนัก

稱重

ผัก

蔬菜

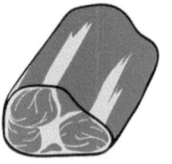

เนื้อ

肉

อาหารแช่แข็ง

冷凍食品

อาหารเนื้อตัดเย็น

冷盤

อาหารกระป๋อง

罐頭食品

ผงซักฟอก

洗衣粉

ขนมหวาน/ลูกกวาด

甜食

ผลิตภัณฑ์ในครัวเรือน

日用品

ผลิตภัณฑ์ทำความสะอาด

清潔用品

พนักงานขายหญิง

銷售員

เครื่องคิดเงิน

收銀機

พนักงานจ่ายเงิน

收銀員

รายการซื้อของ

購物清單

เวลาเปิดทำการ

開放時間

กระเป๋าสตางค์

錢包

บัตรเครดิต

信用卡

กระเป๋า

袋子

ถุงพลาสติก

塑膠袋

# เครื่องดื่ม
# 飲料

น้ำเปล่า

水

น้ำผลไม้

果汁

นม

牛奶

โค้ก

可樂

ไวน์

紅酒

เบียร์

啤酒

แอลกอฮอล์

酒

โกโก้

可可

ชา

茶

กาแฟ

咖啡

เอสเปรสโซ่

義式濃縮咖啡

คาปูชิโน่

卡布奇諾

# อาหาร
## 食物

กล้วย

香蕉

แอปเปิ้ล

蘋果

ส้ม

柳丁

เมลอน

西瓜

มะนาว

檸檬

แครอท

胡蘿蔔

กระเทียม

大蒜

ต้นไผ่

竹子

หัวหอม

洋蔥

เห็ด

蘑菇

ถั่ว

堅果

ก๋วยเตี๋ยว

麵條

สปาเก็ตตี
義大利麵

ข้าว
米飯

สลัด
沙拉

มันฝรั่งทอด
薯條

มันฝรั่งทอด
炸馬鈴薯

พิชซ่า
披薩餅

แฮมเบอร์เกอร์
漢堡

แซนด์วิช
三明治

ชิ้นเนื้อไร้กระดูก
炸豬排

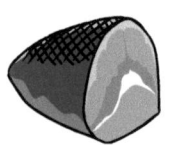

แฮม
火腿

ไส้กรอกแห้งซาลามิ
義大利臘腸

ไส้กรอก
香腸

ไก่
雞肉

ย่าง/ปิ้ง
烤肉

ปลา
魚

โจ๊กข้าวโอ๊ต

燕麥片

ธัญพืชอบกรอบ

木斯里

คอร์นเฟล็ค

玉米片

แป้งทำอาหาร

麵粉

ครัวซองค์

牛角麵包

ขนมปังสโคน

麵包捲

ขนมปัง

麵包

ขนมปังปิ้ง

吐司

บิสกิต

餅乾

เนย

奶油

นมข้น

凝乳

เค้ก

蛋糕

ไข่

蛋

ไข่ดาว

煎蛋

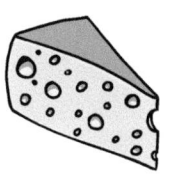

ชีส

起司

ไอศกรีม

冰淇淋

น้ำตาล

糖

น้ำผึ้ง

蜂蜜

แยม

果醬

ช็อกโกแลตครีมสเปรด

巧克力醬

แกงกะหรี่

咖哩

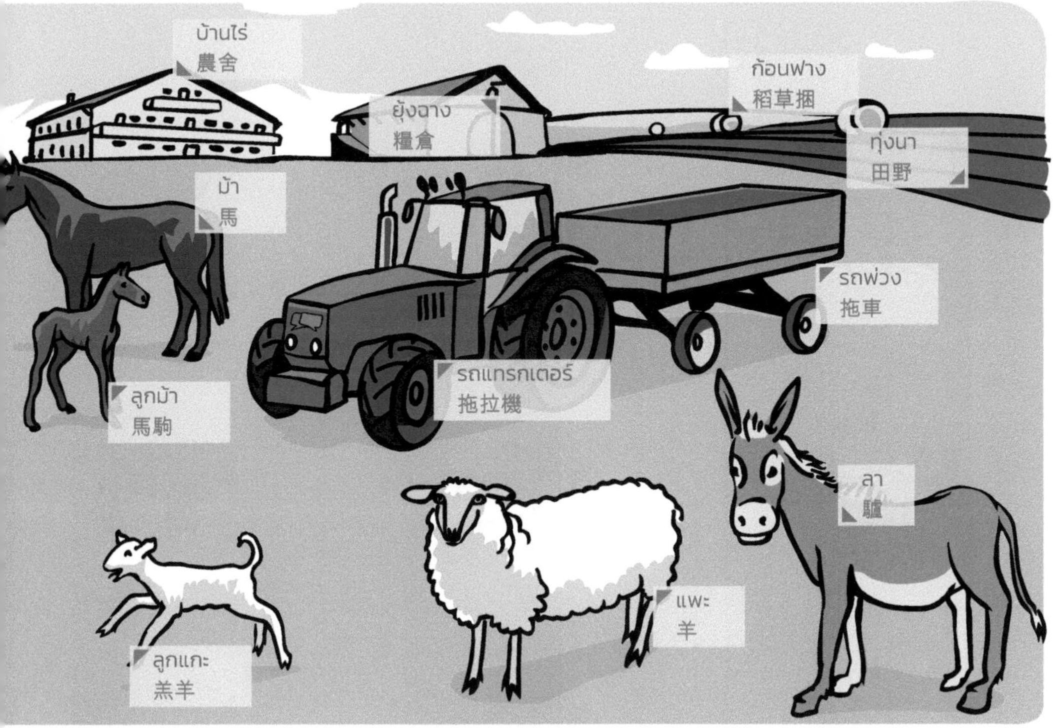

บ้านไร่
農舍

ก้อนฟาง
稻草捆

ยุ้งฉาง
糧倉

ทุ่งนา
田野

ม้า
馬

รถพ่วง
拖車

ลูกม้า
馬駒

รถแทรกเตอร์
拖拉機

ลา
驢

แพะ
羊

ลูกแกะ
羔羊

แพะ
........
山羊

วัวตัวเมีย
........
奶牛

ลูกวัว
........
小牛

หมู
........
豬

ลูกหมู
........
小豬

วัวตัวผู้
........
公牛

ห่าน
鵝

เป็ด
鴨

ลูกไก่
小雞

แม่ไก่
母雞

ไก่ตัวผู้
公雞

หนู
鼠

แมว
貓

หนู
老鼠

วัวตัวผู้สำหรับใช้แรงงานในฟาร์ม
牛

สุนัข
狗

บ้านสุนัข
狗屋

สายยางที่ใช้ในสวน
花園澆水軟管

บัวรดน้ำต้นไม้
澆水壺

เคียวด้ามยาว
長柄大鐮刀

คันไถ
犁

เคียว
鐮刀

จอบ
鋤頭

คราด
長柄草耙

ค้อน
斧頭

รถเข็นล้อเดียว
獨輪手推車

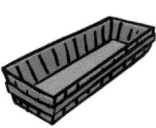

รางน้ำ
飼料槽

ถังใส่นม
牛奶罐

กระสอบ
麻布袋

รั้ว
柵欄

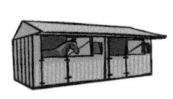

คอกม้า
馬廄

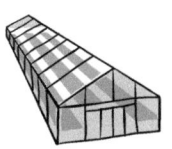

เรือนกระจก
溫室

ดิน
土壤

เมล็ดพืช
種子

ปุ๋ย
肥料

เครื่องเกี่ยวนวดข้าว
聯合收割機

เก็บเกี่ยว

收割

การเก็บเกี่ยว

收割

มันเทศ

地瓜

ข้าวสาลี

小麥

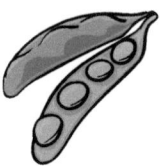

ถั่วเหลือง

大豆

มันฝรั่ง

土豆

ข้าวโพด

玉米

ดอกเรพซีด

油菜籽

ต้นไม้ที่ออกผล

果樹

มันสำปะหลัง

樹薯

ธัญพืช

穀物

# บ้าน
# 房子

ปล่องไฟ
煙囪
หลังคา
屋頂
รางน้ำฝน
落水管
หน้าต่าง
窗戶
โรงรถ
車庫
กริ่งหน้าประตู
門鈴
ประตู
門
ถังขยะ
垃圾桶
กล่องจดหมาย
信箱
สวน
花園

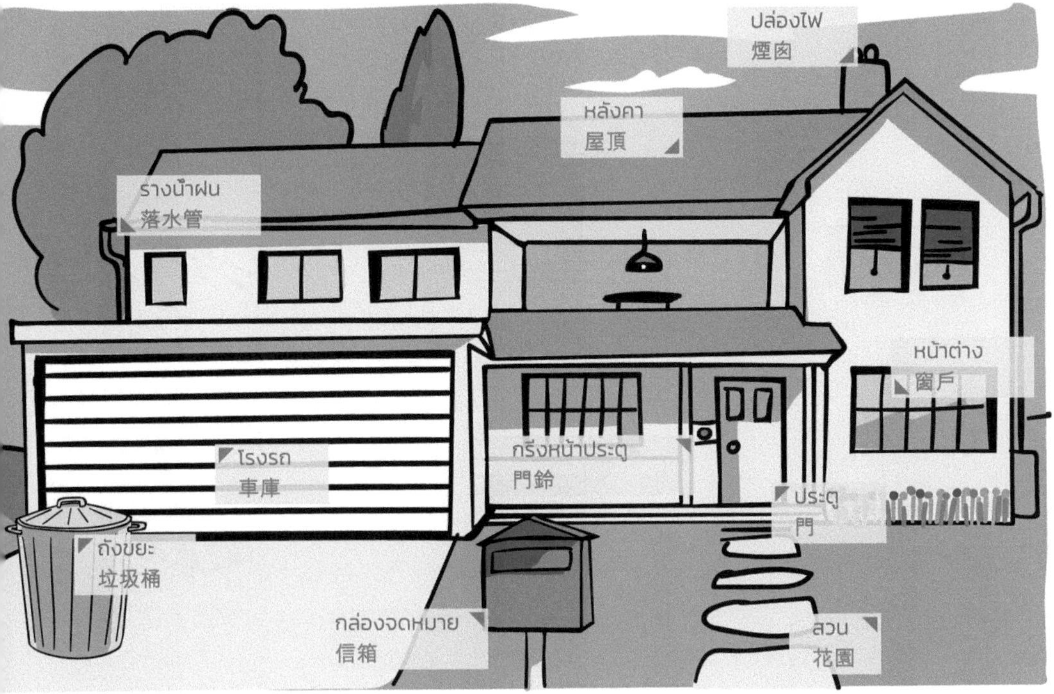

ห้องนั่งเล่น

客廳

ห้องน้ำ

浴室

ห้องครัว

廚房

ห้องนอน

臥室

ห้องพักสำหรับเด็ก

兒童房

ห้องอาหาร

餐廳

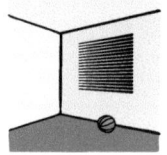

พื้น

地板

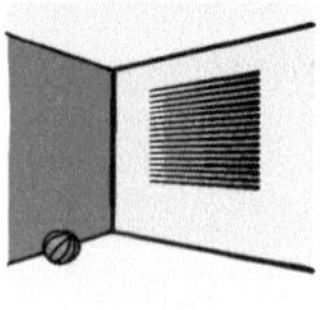

ผนัง

牆壁

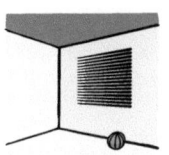

เพดาน

天花板

ห้องเก็บของใต้ดิน

地窖

ซาวน่า

三溫暖

ระเบียง

陽臺

ลานตะพักลำน้ำ

露臺

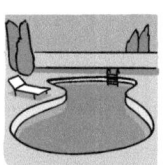

สระว่ายน้ำ

游泳池

เครื่องตัดหญ้า

割草機

ผ้าปูที่นอน

被單

ผ้าคลุมเตียง

床罩

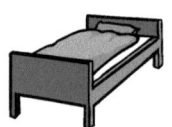

เตียง

床

ไม้กวาด

掃帚

ถังน้ำ

水桶

สวิตช์

開關

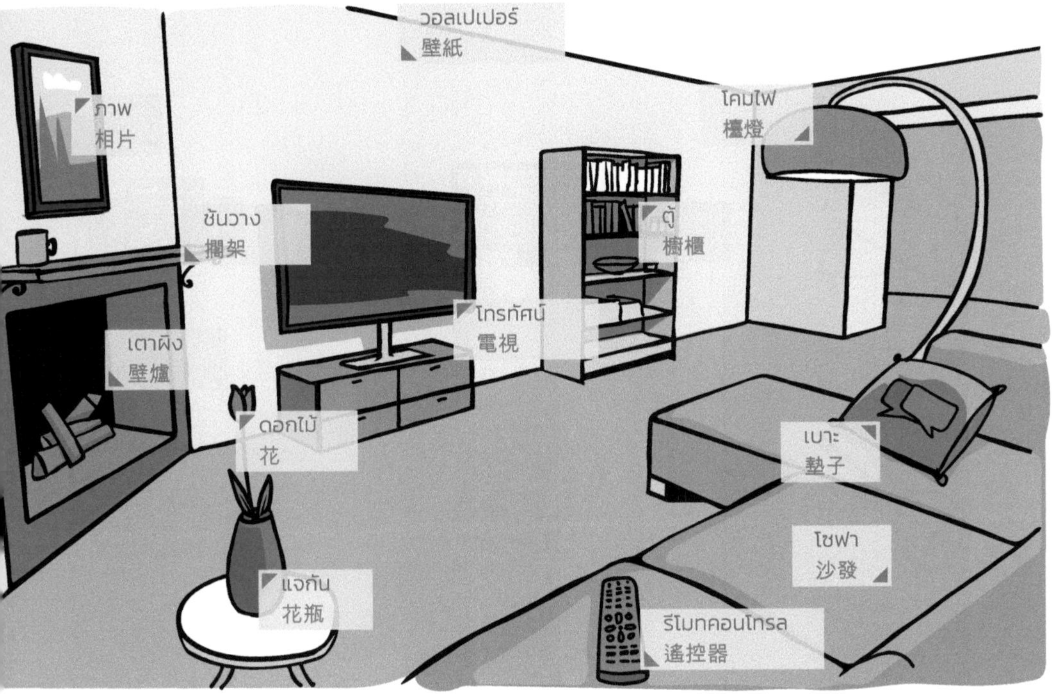

วอลเปเปอร์
壁紙

ภาพ
相片

โคมไฟ
檯燈

ชั้นวาง
擱架

ตู้
櫥櫃

เตาผิง
壁爐

โทรทัศน์
電視

ดอกไม้
花

เบาะ
墊子

โซฟา
沙發

แจกัน
花瓶

รีโมทคอนโทรล
遙控器

พรมเช็ดเท้า

地毯

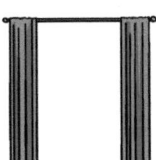

ผ้าม่าน

窗簾

โต๊ะ

餐桌

เก้าอี้

椅子

เก้าอี้โยก

搖椅

เก้าอี้ที่มีที่วางแขน

扶手椅

หนังสือ
書

ผ้าห่ม
毯子

ของตกแต่ง
裝飾品

ฟืน
木柴

ภาพยนตร์
電影

เครื่องเสียงระบบไฮไฟ
高傳真音響

กุญแจ
鑰匙

หนังสือพิมพ์
報紙

จิตรกรรม
油畫

โปสเตอร์
海報

วิทยุ
收音機

สมุด
筆記本

เครื่องดูดฝุ่น
吸塵器

ตะบองเพชร
仙人掌

เทียนไข
蠟燭

# ห้องครัว
# 廚房

ตู้เย็น
冰箱
ไมโครเวฟ
微波爐
เครื่องชั่งน้ำหนักอาหาร
เครื่องปิ้งขนมปัง
烤麵包機
ผงซักฟอก
洗潔精
เตาอบ
烤箱
ช่องแข็งในตู้เย็น
冰櫃
ถังขยะ
垃圾桶
เครื่องล้างจาน
洗碗機

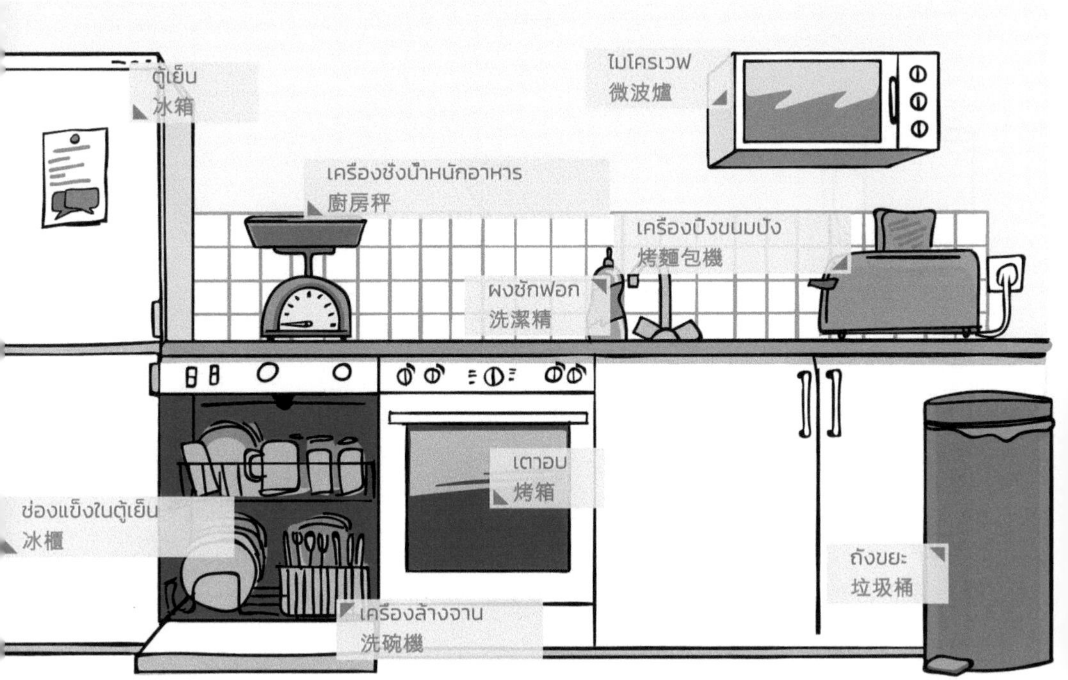

เตาปรุงอาหาร
炊具

หม้อ
鍋

หม้อเหล็กหล่อ
鑄鐵鍋

กระทะจีน
炒鍋

กระทะ
平底鍋

กาต้มน้ำ
水壺

หม้อไอน้ำ

蒸鍋

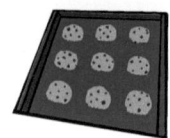

ถาดอบ

烤盤

เครื่องถ้วยชาม

陶瓷鍋

เหยือก

馬克杯

ชาม

碗

ตะเกียบ

筷子

ทัพพีด้ามยาว

長柄勺

ตะหลิว

鏟子

ที่ตีไข่

攪拌器

ที่กรอง

濾網

กระชอน

篩子

ที่ขูด

磨碎機

ครก

研缽

บาร์บีคิว

燒烤

แคมป์ไฟถาวร

明火

เขียง

菜板

ไม้นวดแป้ง

擀麵杖

สว่านเปิดจุกขวด

開瓶器

กระป๋อง

罐子

ทีเปิดกระป๋อง

開罐器

ถุงมือจับของร้อน

隔熱手套

อ่างล้างจาน

水槽

แปรง

刷子

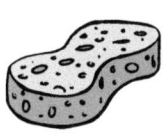

ฟองน้ำ

海綿

เครื่องปั่น

攪拌機

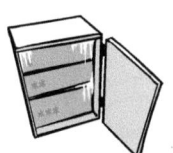

ตู้แช่แข็ง

冷藏箱

ขวดนม

奶瓶

ก๊อกน้ำ

水龍頭

# ห้องน้ำ
# 浴室

ฝักบัว
淋浴
เครื่องทำความร้อน
ผ้าเช็ดมือ
毛巾
ม่านห้องน้ำ
สบู่ทำฟอง
泡沫浴
อ่างอาบน้ำ
浴缸
แก้วน้ำ
玻璃杯
เครื่องซักผ้า
洗衣機
ก๊อกน้ำ
水龍頭
กระเบื้อง
瓷磚
โถส้วมสำหรับเด็ก
便壺
อ่างล้างจาน
水槽

ห้องส้วม

廁所

ส้วมนั่งยอง

蹲便器

โถปัสสาวะหญิง

坐浴器

โถปัสสาวะชาย

小便斗

กระดาษชำระสำหรับใช้ในห้องน้ำ

廁紙

แปรงขัดห้องน้ำ

馬桶刷

แปรงสีฟัน

牙刷

ยาสีฟัน

牙膏

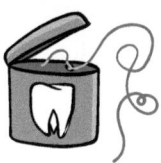

ไหมขัดฟัน

牙線

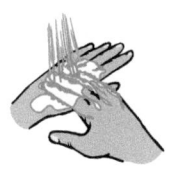

ล้าง

洗

ฝักบัวมือ

手持式蓮蓬頭

สายฉีดชำระ

沖洗器

อ่างล้างหน้า

洗臉盆

แปรงถูหลัง

洗背刷

สบู่

肥皂

เจลอาบน้ำ

沐浴露

แชมพู

洗髮乳

ผ้าสักหลาด

法蘭絨

ท่อระบายน้ำทิ้ง

排水

ครีม

乳霜

ผลิตภัณฑ์ระงับกลิ่นตัว

除臭劑

กระจก

鏡子

กระจกถือ

手鏡

ที่โกนหนวด

刮鬍刀

โฟมโกนหนวด

刮鬍泡沫

โลชั่นบำรุงผิวหลังโกนหนวด

鬍後水

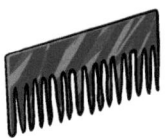

หวี

梳子

แปรง

刷子

ไดร์เป่าผม

吹風機

สเปรย์ฉีดผม

噴髮定型劑

ชุดเครื่องสำอาง

化妝品

ลิปสติก

唇膏

น้ำยาทาเล็บ

指甲油

สำลี

化妝棉

กรรไกรตัดเล็บ

指甲剪

น้ำหอม

香水

กระเป๋าอาบน้ำ

洗漱包

เก้าอี้สามขา

凳子

เครื่องชั่งน้ำหนัก

計重秤

เสื้อคลุมอาบน้ำ

浴袍

ถุงมือยาง

橡膠手套

ผ้าอนามัยแบบสอด

衛生棉條

ผ้าอนามัย

衛生棉

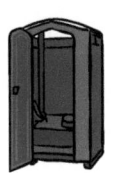

ส้วมเคมี

化學廁所

# ห้องพักสำหรับเด็ก

# 兒童房

นาฬิกาปลุก
鬧鐘
ของเล่นน่ารักน่ากอด
毛絨玩具
รถยนต์ของเล่น
玩具車
ของเล่นประเภทเขย่าแล้วมีเสียง
撥浪鼓
บ้านตุ๊กตา
玩具屋
ของขวัญ
禮物

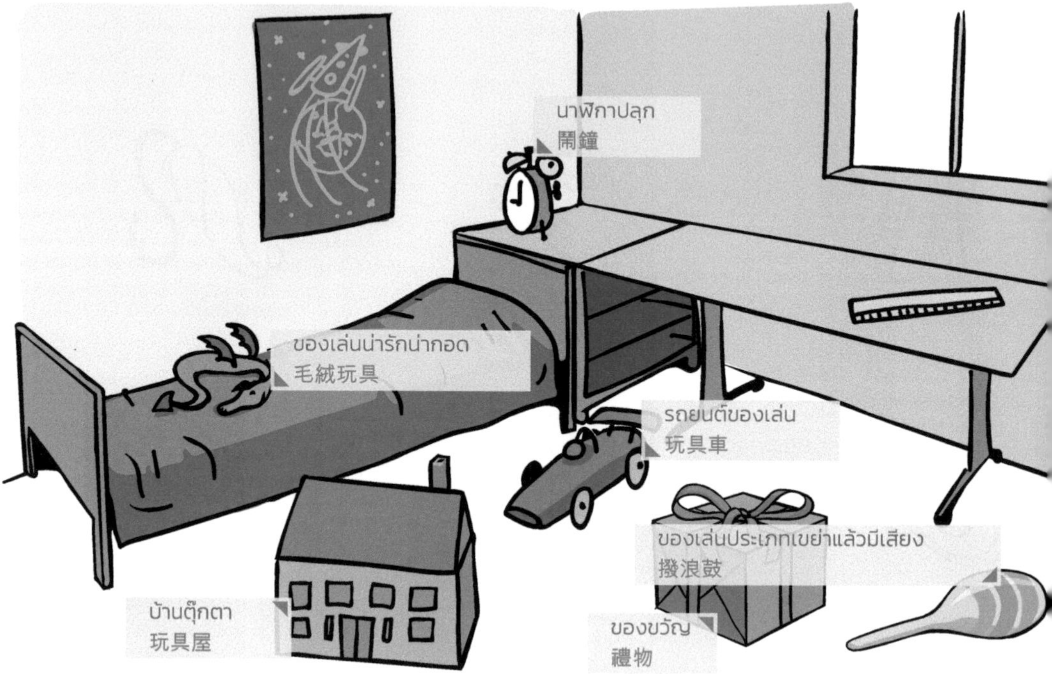

ลูกโป่ง

氣球

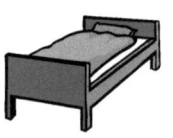

เตียง

床

รถเข็นเด็ก

嬰兒車

สำรับไพ่

撲克牌

จิ๊กซอว์

拼圖

หนังสือการ์ตูน

漫畫

ตัวต่อเลโก้

樂高積木

บล็อกของเล่น

積木玩具

ฟิกเกอร์แบบขยับท่าทางได้

公仔

เสื้อผ้าทารก

嬰兒服

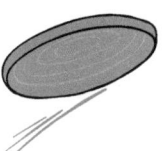

จานร่อน

飛盤

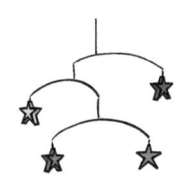

โมบายแขวนหัวเตียงเด็ก

床鈴玩具

เกมกระดาน

棋盤遊戲

ลูกเต๋า

骰子

ชุดรถไฟจำลอง

火車模型

หุ่น

安撫奶嘴

ปาร์ตี้

派對

หนังสือภาพ

繪本

ลูกบอล

球

ตุ๊กตา

洋娃娃

เล่น

玩

หลุมทราย
沙坑

ชิงช้า
鞦韆

ของเล่น
玩具

เครื่องเล่นวิดีโอเกม
電玩遊戲

รถจักรยานสามล้อ
三輪車

ตุ๊กตาหมี
泰迪熊

ตู้เสื้อผ้า
衣櫃

## เสื้อผ้า
## 衣服

ถุงเท้า
襪子

ถุงน่อง
長襪

กางเกงรัดรูป
緊身褲

ผ้าพันคอ
圍巾

ร่ม
雨傘

เสื้อยืดคอกลม
T恤

เข็มขัด
皮帶

ร้องเท้าบูท
靴子

รองเท้าสวมเดินในบ้าน
拖鞋

รองเท้ากีฬา
運動鞋

รองเท้าแตะ
涼鞋

รองเท้า
鞋

ร้องเท้าบูทยาง
雨靴

กางเกงชั้นใน
內褲

ยกทรง
胸罩

เสื้อกล้าม
背心

เสื้อผ้า - 衣服

เสื้อรัดรูป
身體

กางเกงขายาว
褲子

กางเกงยีน
牛仔褲

กระโปรง
短裙

เสื้อเชิ้ตสตรี
女式襯衫

เสื้อเชิ้ต
襯衫

เสื้อกันหนาว
套頭衫

เสื้อคลุมมีหมวก
連帽上衣

เสื้อเบลเซอร์
西裝夾克

เสื้อแจ็กเก็ต
夾克

เสื้อโค้ท
外套

เสื้อกันฝน
雨衣

เครื่องแต่งกาย
套裝

ชุดเดรส
連衣裙

ชุดแต่งงาน
婚紗

เสื้อสูท

西裝

ชุดราตรี

睡袍

ชุดนอน

睡衣

ผ้าส่าหรี

莎麗

ฮิญาบ

頭巾

ผ้าโพกศีรษะ

包頭巾

เสื้อบุรเกาะ

波卡

เสื้อคลุมคาฟตาน

卡夫坦

เสื้อคลุมอบายะห์

(阿拉伯式)長袍

ชุดว่ายน้ำ

泳衣

กางเกงว่ายน้ำ

男式泳褲

กางเกงขาสั้น

短褲

ชุดวอร์ม

運動服

ผ้ากันเปื้อน

圍裙

ถุงมือ

手套

กระดุม

鈕扣

แว่นตา

眼鏡

กำไลข้อมือ

手鏈

สร้อยคอ

項鍊

แหวน

戒指

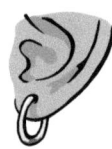

ต่างหู

耳環

หมวกแก๊ป

便帽

ที่แขวนเสื้อโค้ท

衣架

หมวกปีกกว้าง

帽子

เนคไท

領帶

ซิป

拉鍊

หมวกกันน็อก

安全帽

สายโยงกางเกง

背帶

ชุดนักเรียน

校服

เครื่องแบบ

制服

ผ้ากันเปื้อนเด็ก

圍兜

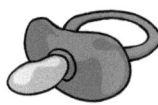

หุ่น

安撫奶嘴

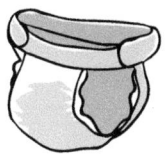

ผ้าอ้อม

尿布

## สำนักงาน
## 辦公室

เซิร์ฟเวอร์
伺服器
ตู้เก็บเอกสาร
檔案櫃
ปริ้นเตอร์/เครื่องพิมพ์
印表機
กระดาษ
紙
หน้าจอ
螢幕
เมาส์
滑鼠
โต๊ะทำงาน
แฟ้ม
資料夾
แป้นพิมพ์
鍵盤
าใส่เศษกระดาษที่ไม่ใช้แล้ว
簍
เก้าอี้
椅子
คอมพิวเตอร์
電腦

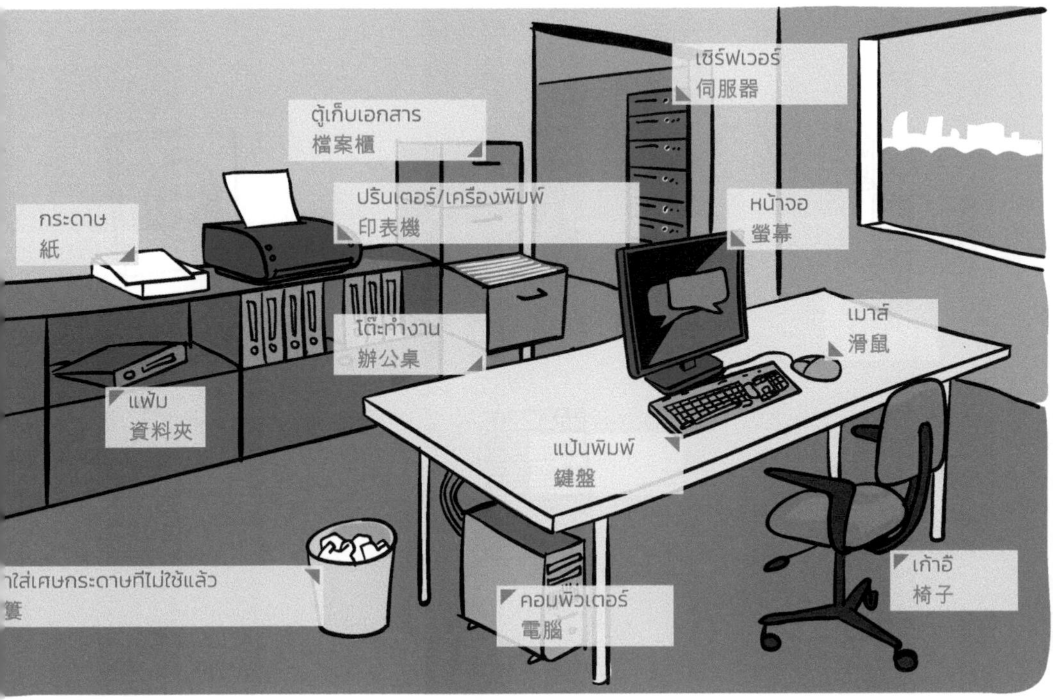

แก้วมัคใส่กาแฟ

咖啡杯

เครื่องคิดเลข

計算機

อินเตอร์เน็ต

網際網路

คอมพิวเตอร์แบบพกพา

筆記型電腦

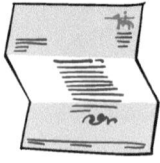

จดหมาย

信件

ข้อความ

簡訊

โทรศัพท์มือถือ

行動電話

เครือข่าย

網路

เครื่องถ่ายเอกสาร

影印機

ซอฟต์แวร์

軟體

โทรศัพท์

電話

ปลั๊กตัวเมีย/เต้าเสียบ

插座

เครื่องแฟกซ์

傳真機

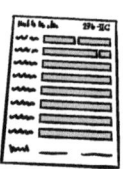

แบบฟอร์ม

表格

เอกสาร

檔案

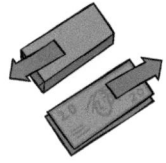

# ความประหยัด
# 經濟

ซือ

買

จ่าย

付錢

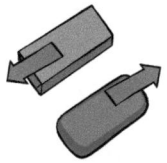

แลกเปลียน

交易

เงิน

現金

ดอลลาร์

美元

ยูโร

歐元

เยน

日元

รูเบิล

盧布

ฟรังก์สวิส

瑞士法郎

หยวนเหรินหมินปี้

人民幣

รูปี

盧比

เครื่องสำหรับกดเงินสดจากธนา
คาร

提款處

สำนักงานแลกเปลี่ยนเงินตรา

外幣兌換處

ทอง

金

เงิน

銀

น้ำมัน

石油

พลังงาน

能源

ราคา

價格

สัญญา

合約

ภาษี

稅金

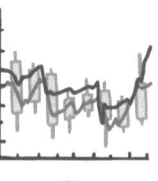

หุ้น

股票

ทำงาน

工作

ลูกจ้าง

職員

นายจ้าง

老闆

โรงงาน

工廠

ร้านค้า

商店

# อาชีพ
# 職業

เจ้าหน้าที่ตำรวจ
警官
พนักงานดับเพลิง
消防員
พ่อครัว
廚師
หมอ
醫師
นักบิน
飛行員

ชาวสวน
園丁

ช่างไม้
木匠

ช่างเย็บผ้าที่เป็นผู้หญิง
裁縫

ผู้พิพากษา
法官

นักเคมี
化學家

นักแสดงชาย
演員

คนขับรถประจำทาง

公車司機

คนขับรถแท็กซี่

計程車司機

ชาวประมง

漁夫

แม่บ้านทำความสะอาด

清洗女工

ช่างมุงหลังคา

屋頂工

บริกรชาย

服務生

นายพราน

獵人

จิตรกร

畫家

คนทำขนมปัง

麵包師

ช่างไฟฟ้า

電工

ช่างก่อสร้าง

建築工人

วิศวกร

工程師

คนขายเนื้อ

屠夫

ช่างประปา

水管工

บุรุษไปรษณีย์

郵差

ทหาร

士兵

สถาปนิก

建築師

พนักงานจ่ายเงิน

收銀員

คนขายดอกไม้

花農

ช่างทำผม

理髮師

พนักงานตรวจตั๋ว

售票員

ช่างซ่อมรถยนต์

機械技師

กัปตัน

船長

ทันตแพทย์

牙醫

นักวิทยาศาสตร์

科學家

แรบไบ

拉比

อิหม่าม

伊瑪目

พระ

和尚

พระ/นักบวช

牧師

# เครื่องมือ
## 工具

鐵錘
คีม
鉗子
螺絲起子
ประแจ
扳手
ไฟฉาย
手電筒

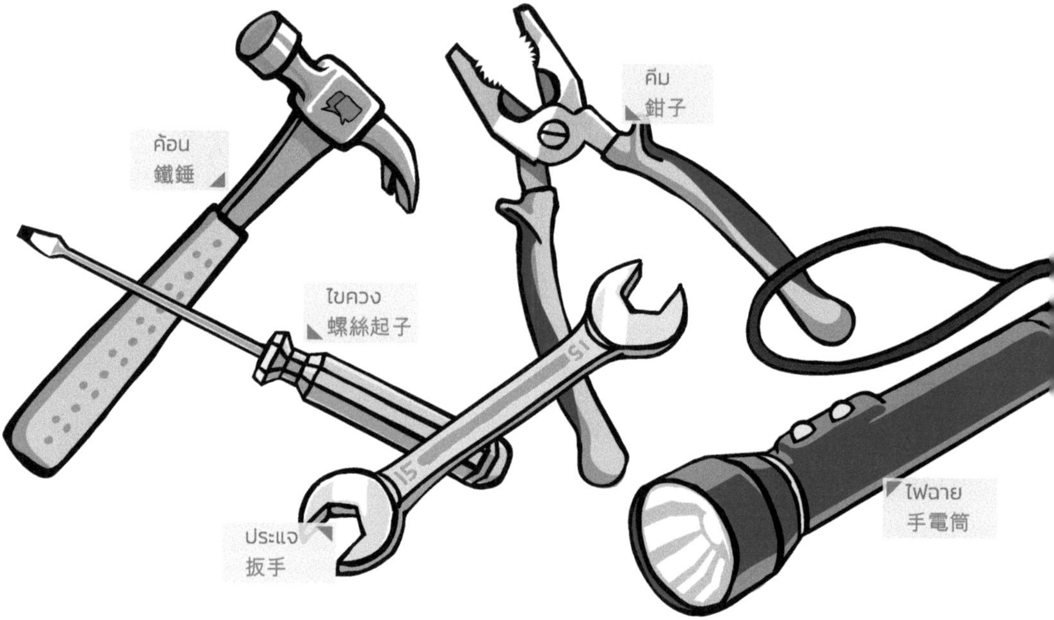

เครื่องขุด
挖掘機

กล่องเครื่องมือ
工具箱

กระได
梯子

เลื่อย
鋸子

ตะปู
釘子

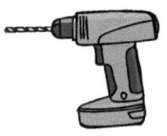

สว่าน
鑽機

ซ่อมแซม
修

พลั่ว
鏟子

ตายห่า!
糟糕！

ที่โกยขยะ
畚箕

ถังสี
油漆桶

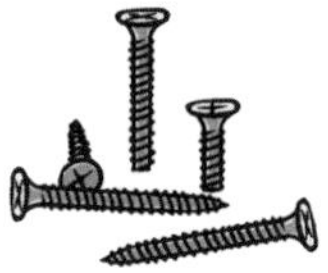

สกรู
螺絲

## เครื่องดนตรี
## 樂器

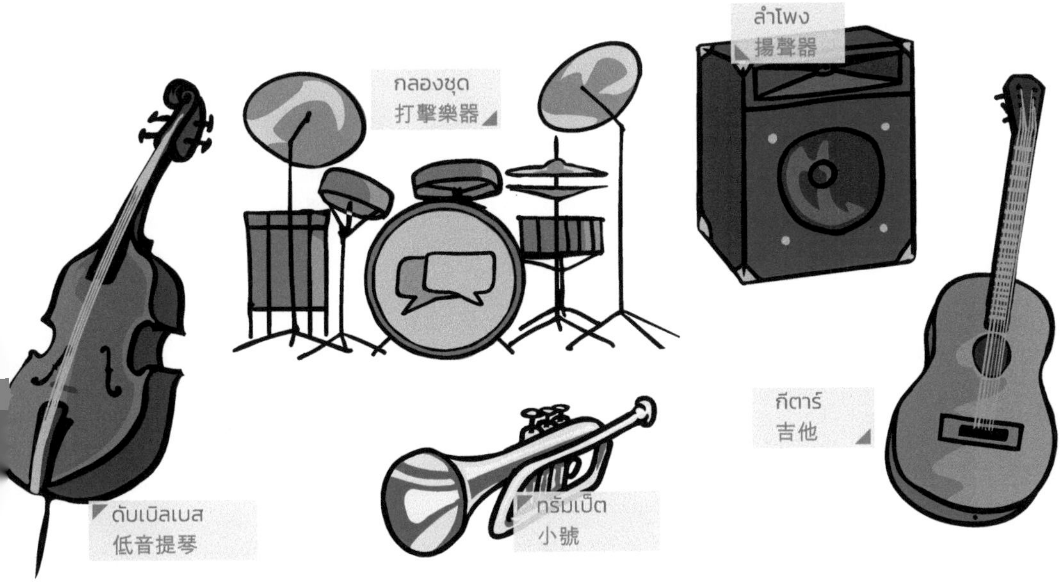

กลองชุด
打擊樂器◢

ลำโพง
揚聲器

กีตาร์
吉他 ◢

ดับเบิลเบส
低音提琴

ทรัมเป็ต
小號

เปียโน

鋼琴

ไวโอลิน

小提琴

เบส

貝斯

กลองทิมปานี

定音鼓

กลอง

鼓

คีย์บอร์ด

電子琴

แซ็กโซโฟน

薩克斯風

ฟลูต

長笛

ไมโครโฟน

麥克風

# สวนสัตว์

## 動物園

ทางเข้า
入口
เสือ
老虎
กรง
籠子
ม้าลาย
斑馬
หมีแพนด้า
熊貓

สัตว์

動物

ช้าง

大象

จิงโจ้

袋鼠

แรด

犀牛

กอริลล่า

大猩猩

หมี

熊

อูฐ
駱駝

นกกระจอกเทศ
鴕鳥

สิงโต
獅子

ลิง
猴子

นกฟลามิงโก
紅鶴

นกแก้ว
鸚鵡

หมีขั้วโลก
北極熊

เพนกวิน
企鵝

ฉลาม
鯊魚

นกยูง
孔雀

งู
蛇

จระเข้
鱷魚

ผู้ดูแลสัตว์
動物園管理員

แมวน้ำ
海豹

เสือจากัวร์
美洲豹

ม้าพันธุ์เล็ก

矮種馬

เสือดาว

豹

ฮิปโป

河馬

ยีราฟ

長頸鹿

เหยี่ยว

老鷹

หมูป่าตัวผู้

野豬

ปลา

魚

เต่า

龜

ช้างน้ำ

海象

จิ้งจอก

狐狸

กาเซลล์

羚羊

# กีฬา
# 體育

橄欖球
ขี่จักรยาน
騎腳踏車
เทนนิส
網球
บาสเกตบอล
籃球
ว่ายน้ำ
游泳
มวย
拳擊
ฮอคกี้น้ำแข็ง
冰球

ฟุตบอล

美式足球

แบดมินตัน

羽毛球

กรีฑา

田徑

แฮนด์บอล

手球

สกี

滑雪

กีฬาโปโลน้ำ

馬球

หัวเราะ
笑

กระโดด
跳

กอด
擁抱

เดิน
走路

ร้องเพลง
唱

ฝัน
做夢

ภาวนา/สวดมนต์
祈禱

จูบ
親吻

เขียน

書寫

วาดภาพ

畫

แสดง

展示

ผลัก

推

ให้

給

เอาไป

拿

มี
.........
有

ทำ
.........
做

เป็น
.........
當

ยืน
.........
站

วิ่ง
.........
跑

ดึง
.........
拉

โยน
.........
丟

ตก/หล่น
.........
摔倒

นอนเหยียดยาว
.........
躺

รอคอย
.........
等待

ถือ
.........
攜帶

นั่ง
.........
坐

แต่งตัว
.........
穿衣

นอนหลับ
.........
睡覺

ตื่น
.........
醒來

มองดู
................
看

ร้องไห้
................
哭

ลูบ
................
擊

หวีผม
................
梳頭

พูดคุย
................
交談

เข้าใจ
................
明白

ถาม
................
問

ฟัง
................
聽

ดื่ม
................
喝

กิน
................
吃

จัดให้เป็นระเบียบ
................
清理

รัก
................
愛

ทำอาหาร
................
做飯

ขับรถ
................
開車

บิน
................
飛

ล่องเรือ

航行

คำนวณ

計算

อ่าน

讀

เรียนรู้

學習

ทำงาน

工作

แต่งงาน

結婚

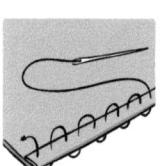

เย็บ

縫

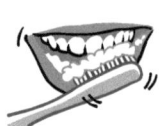

แปรงฟัน

刷牙

ฆ่า

殺

สูบบุหรี่

抽菸

ส่ง

寄

# ครอบครัว
## 家

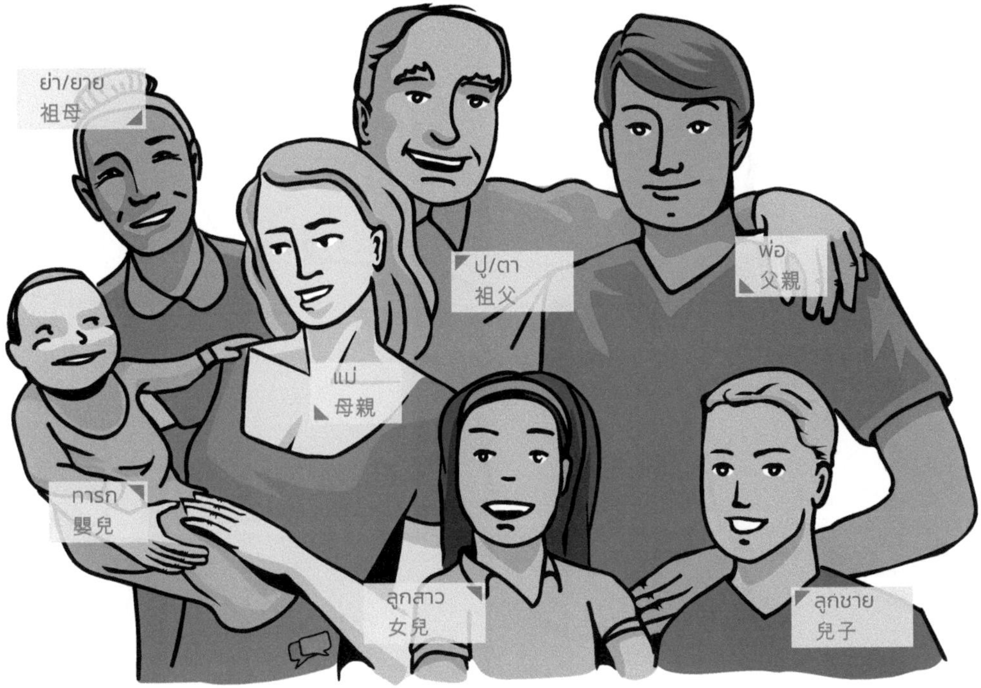

ย่า/ยาย
祖母
ปู่/ตา
祖父
พ่อ
父親
แม่
母親
ทารก
嬰兒
ลูกสาว
女兒
ลูกชาย
兒子


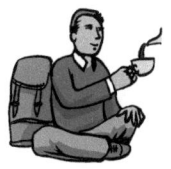

แขก

客人

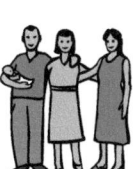

ป้า

阿姨

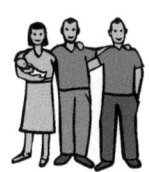

ลุง

叔叔

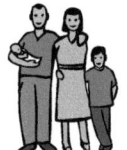

พี่ชาย/น้องชาย

兄弟

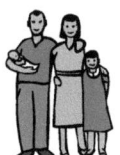

พี่สาว/น้องสาว

姐妹

# ร่างกาย

## 身體

หน้าผาก
前額
ตา
眼睛
ไหล่
肩膀
นิ้วมือ
手指
ใบหน้า
臉
下巴
มือ
手
ขา
腿
หน้าอก
乳房
แขน
手臂

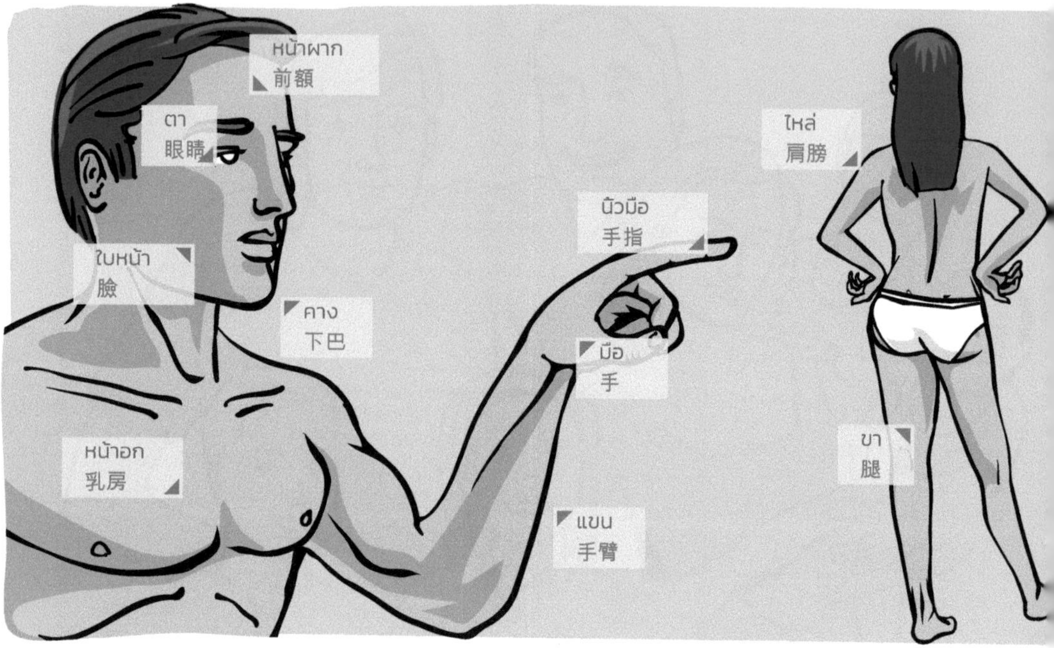

ทารก

嬰兒

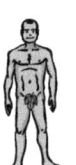

ผู้ชาย

男人

ผู้หญิง

女人

เด็กผู้หญิง

女孩

เด็กผู้ชาย

男孩

ศีรษะ

頭

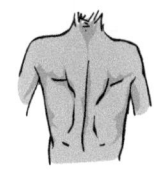

หลัง

背部

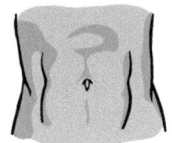

ท้อง

肚子

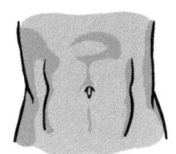

สะดือ

肚臍

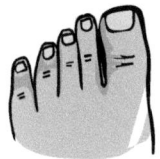

นิ้วเท้า

腳趾

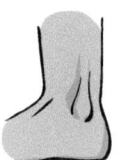

ส้นเท้า

腳後跟

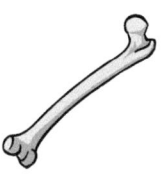

กระดูก

骨頭

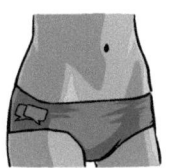

สะโพก

臀部

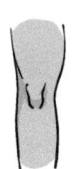

หัวเข่า

膝蓋

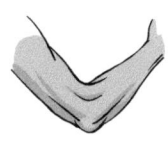

ข้อศอก

手肘

จมูก

鼻子

ก้น

屁股

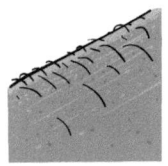

ผิวหนัง

皮膚

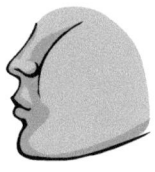

แก้ม

臉頰

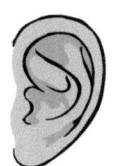

หู

耳朵

ริมฝีปาก

嘴唇

ปาก

嘴

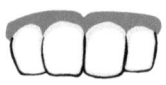

ฟัน

牙齒

ลิ้น

舌頭

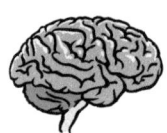

สมอง

腦

หัวใจ

心臟

กล้ามเนื้อ

肌肉

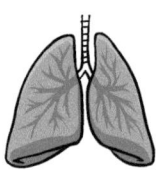

ปอด

肺

ตับ

肝臟

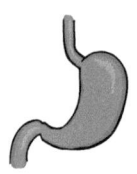

กระเพาะ

胃

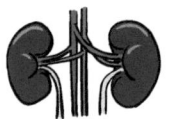

ไต

腎臟

เพศสัมพันธ์

性交

ถุงยาง

保險套

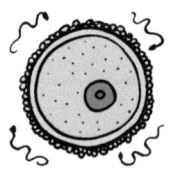

เซลล์ไข่

卵子

น้ำอสุจิ

精子

การตั้งครรภ์

懷孕

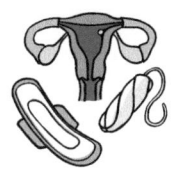

ประจำเดือน

月事

ช่องคลอด

陰道

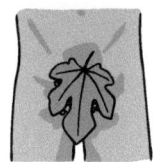

องคชาต

陰莖

คิ้ว

眉毛

เส้นผม

頭髮

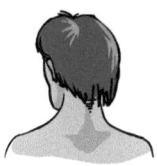

คอ

脖子

# โรงพยาบาล

## 醫院

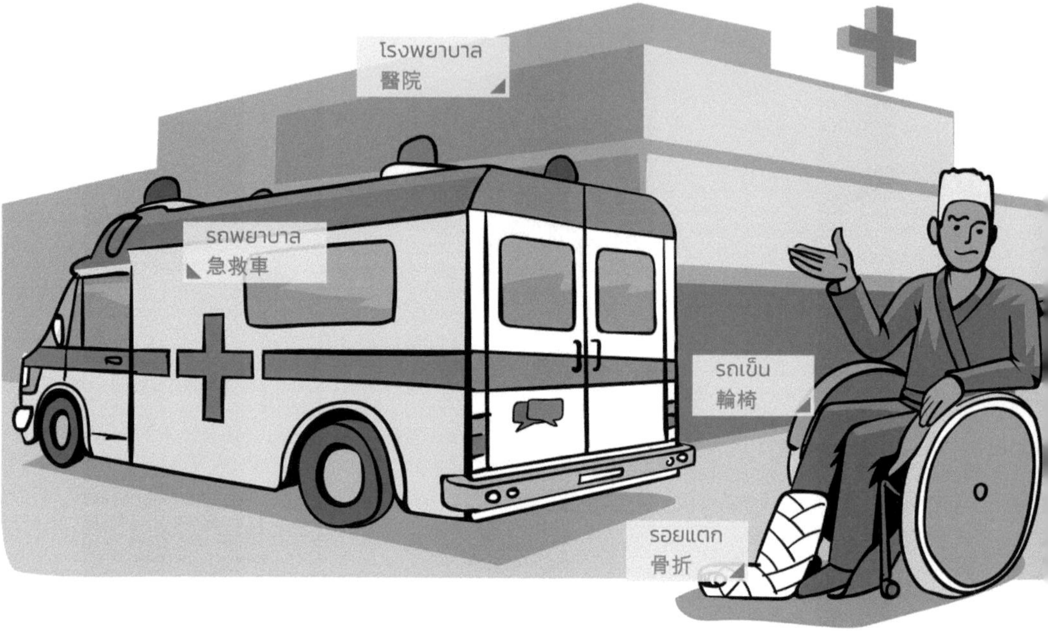

โรงพยาบาล
醫院
รถพยาบาล
急救車
รถเข็น
輪椅
รอยแตก
骨折


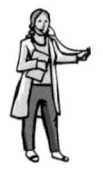

หมอ

醫師

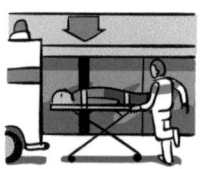

ห้องฉุกเฉิน

急診室

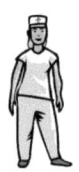

พยาบาล

護理師

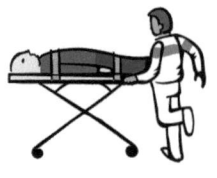

ฉุกเฉิน

緊急情形

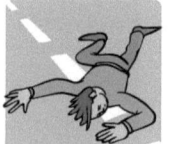

หมดสติ

昏迷

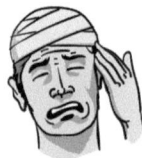

อาการเจ็บปวด

痛

การบาดเจ็บ

受傷

เลือดไหล

出血

หัวใจวาย

心臟病發作

โรคหลอดเลือดในสมอง

中風

โรคภูมิแพ้

過敏

ไอ

咳嗽

ไข้

發燒

ไข้หวัด

流感

ท้องเสีย

腹瀉

การปวดหัว

頭痛

มะเร็ง

癌症

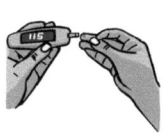

โรคเบาหวาน

糖尿病

ศัลยแพทย์

外科醫師

มีดผ่าตัด

手術刀

การผ่าตัด

手術

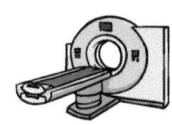

เครื่องเอกซเรย์คอมพิวเตอร์ควา
มเร็วสูง

電腦斷層掃描

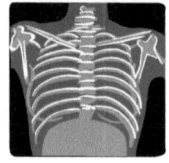

เอกซเรย์

X光

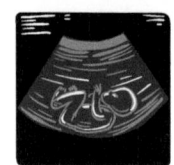

อัลตราซาวด์

超音波

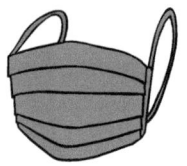

หน้ากากอนามัย

口罩

โรค

疾病

ห้องรอตรวจ

候診室

ไม้เท้า

拐杖

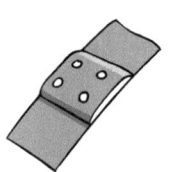

ปลาสเตอร์ยา

石膏

ผ้าพันแผล

繃帶

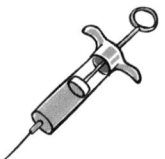

ฉีดยา

注射

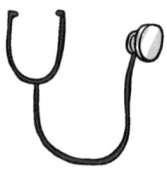

เครื่องฟังตรวจ

聽診器

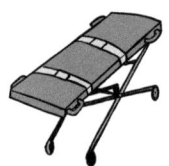

เปลหาม

擔架

ปรอทวัดไข้

體溫計

การเกิด

出生

น้ำหนักเกิน

超重

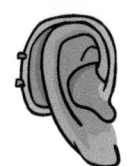
เครื่องช่วยฟัง
助聽器

สารฆ่าเชื้อ
消毒液

การติดเชื้อ
感染

ไวรัส
病毒

เอชไอวี/เอดส์
愛滋病

ยา
藥物

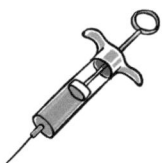
การฉีดวัคซีน
接種疫苗

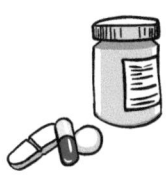
ยาเม็ด
藥片

ยาเม็ดกลม
藥丸

โทรออกฉุกเฉิน
急救電話

เครื่องวัดความดันโลหิต
血壓計

ป่วย/ สุขภาพดี
生病/健康

# ฉุกเฉิน
## 緊急情形

ช่วยด้วย!

救命！

สัญญาณเตือนภัย

警報

การทำร้าย

突擊

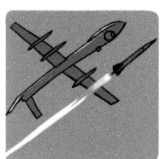

การโจมตี

攻擊

อันตราย

危險

ทางออกฉุกเฉิน

緊急出口

ไฟไหม้!

失火了！

ถังดับเพลิง

滅火器

อุบัติเหตุ

意外

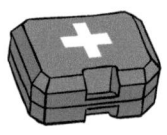

ชุดปฐมพยาบาลเบื้องต้น

急救箱

สัญญาณขอความช่วยเหลือ

呼救訊號

ตำรวจ

員警

# โลก
## 地球

ยุโรป
歐洲

อเมริกาเหนือ
北美洲

อเมริกาใต้
南美洲

แอฟริกา
非洲

เอเชีย
亞洲

ออสเตรเลีย
澳洲

แอตแลนติก
大西洋

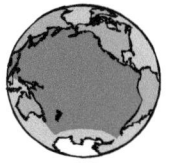

แปซิฟิก
太平洋

มหาสมุทรอินเดีย
印度洋

มหาสมุทรแอนตาร์กติก
南冰洋

มหาสมุทรอาร์กติก
北冰洋

ขั้วโลกเหนือ
北極

ขั้วโลกใต้

南極

แอนตาร์กติกา

南極洲

โลก

地球

พื้นดิน

陸地

ทะเล

海

เกาะ

島

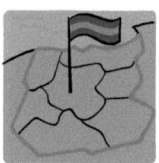

ชาติ/ประชาชาติ

國家

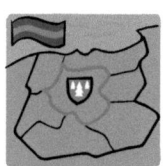

รัฐ

州

โลก - 地球

# นาฬิกา

## 鐘錶

หน้าปัดนาฬิกา

錶盤

เข็มชั่วโมง

時針

เข็มนาที

分針

เข็มวินาที

秒針

กี่โมงแล้ว?

現在幾點？

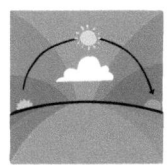

วัน

天

เวลา

時間

ตอนนี้

現在

นาฬิกาดิจิตอล

電子錶

นาที

分

ชั่วโมง

時

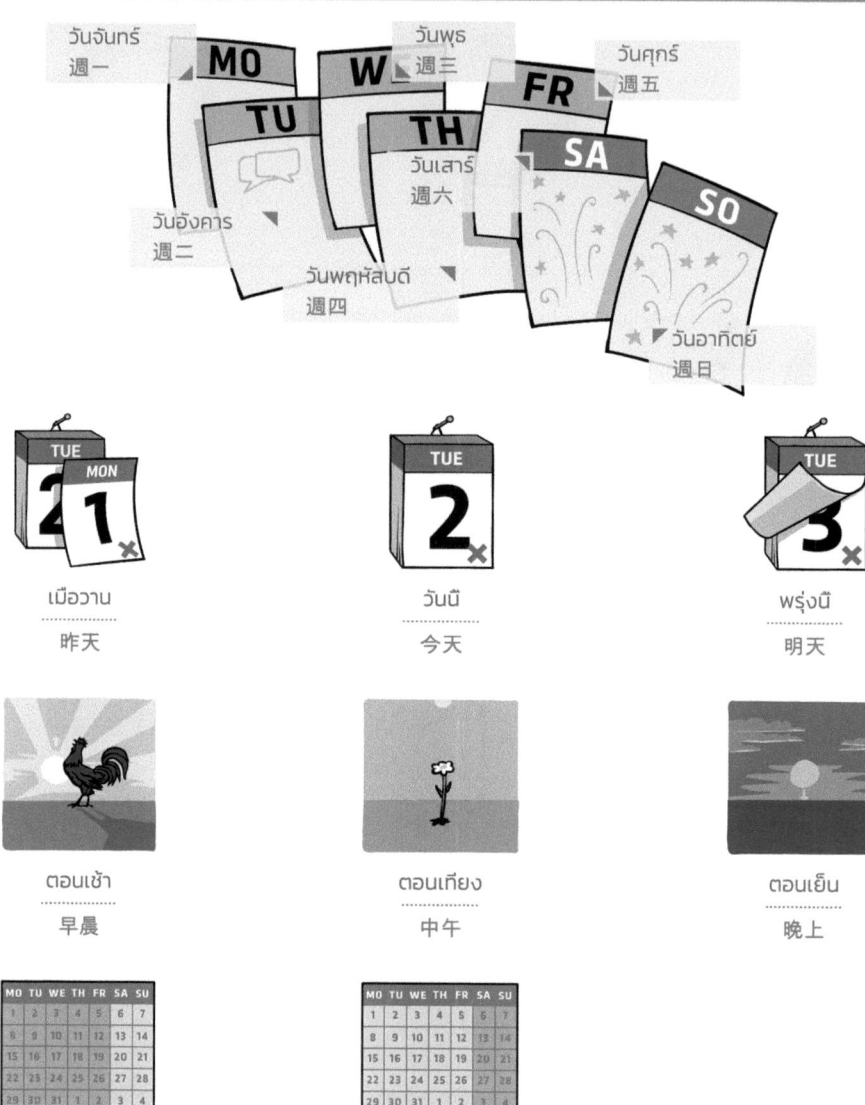

วันจันทร์ 週一 — MO

วันพุธ 週三 — W

วันศุกร์ 週五 — FR

TU

TH

SA

SO

วันอังคาร 週二

วันเสาร์ 週六

วันพฤหัสบดี 週四

วันอาทิตย์ 週日

| เมื่อวาน | วันนี้ | พรุ่งนี้ |
|---|---|---|
| 昨天 | 今天 | 明天 |

| ตอนเช้า | ตอนเที่ยง | ตอนเย็น |
|---|---|---|
| 早晨 | 中午 | 晚上 |

| วันทำการ | วันสุดสัปดาห์ |
|---|---|
| 工作日 | 週末 |

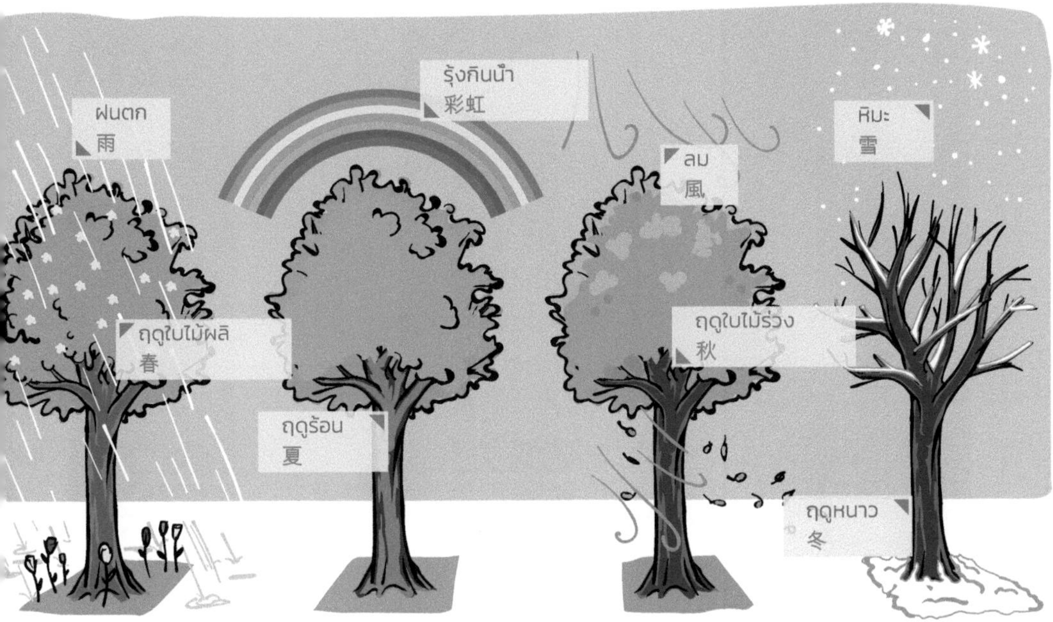

ฝนตก
雨
รุ้งกินน้ำ
彩虹
ลม
風
หิมะ
雪
ฤดูใบไม้ผลิ
春
ฤดูร้อน
夏
ฤดูใบไม้ร่วง
秋
ฤดูหนาว
冬


4.APRIL 11°
5.APRIL 4°
6.APRIL 13°
7.APRIL 8°
8.APRIL 10°


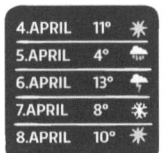

การพยากรณ์อากาศ

天氣預告

F C
120 40
90 30
60 20
30 10
0 0
-30 -10
-20


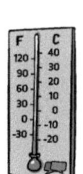

เครื่องวัดอุณหภูมิ

溫度計

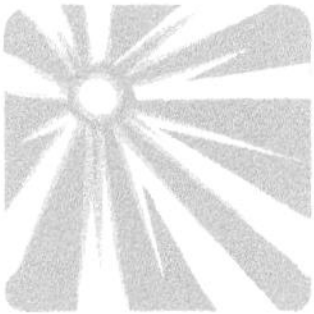

แสงแดด

陽光

ก้อนเมฆ

雲

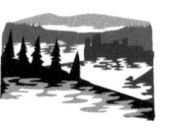

หมอก

霧

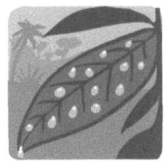

ความชื้น

潮濕

ฟ้าแลบ/ฟ้าผ่า

閃電

ฟ้าร้อง

打雷

พายุ

風暴

ลูกเห็บ

冰雹

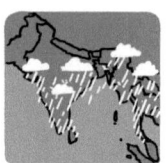

ลมมรสุม

季風

น้ำท่วม

洪水

น้ำแข็ง

冰

มกราคม

一月

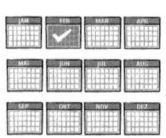

กุมภาพันธ์

二月

มีนาคม

三月

เมษายน

四月

พฤษภาคม

五月

มิถุนายน

六月

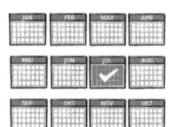

กรกฎาคม

七月

สิงหาคม

八月

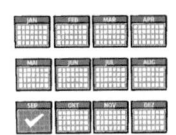

กันยายน

九月

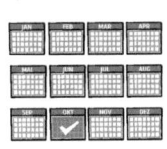

ตุลาคม

十月

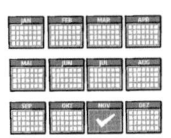

พฤศจิกายน

十一月

ธันวาคม

十二月

# รูปร่าง
## 形狀

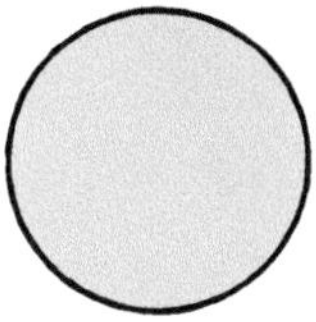

วงกลม

圓形

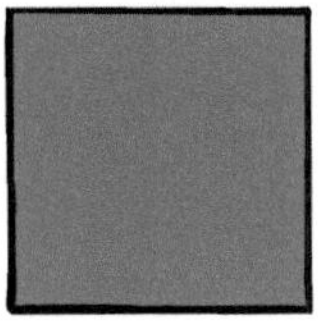

สี่เหลี่ยม

正方形

สี่เหลี่ยมผืนผ้า

長方形

สามเหลี่ยม

三角形

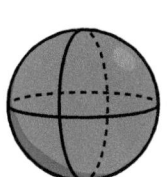

ทรงกลม

球體

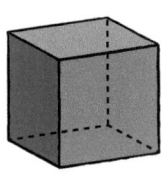

ลูกบาศก์

立方體

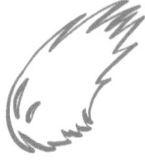

# สี

# 顏色

ขาว

白

เหลือง

黃

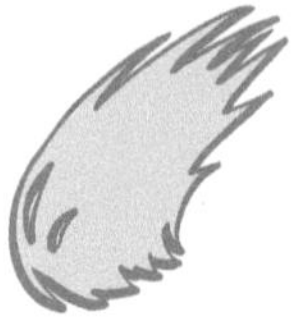

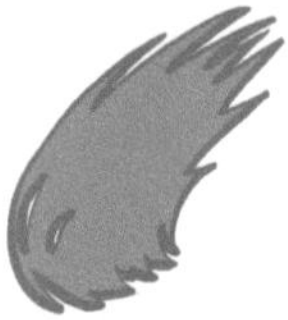

ส้ม

橙

ชมพู

粉

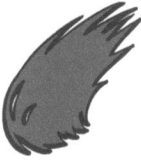

แดง

紅

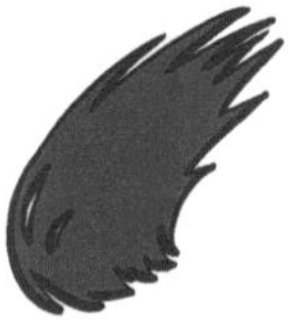

ม่วง

紫

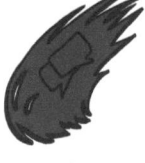

ฟ้า

藍

เขียว

綠

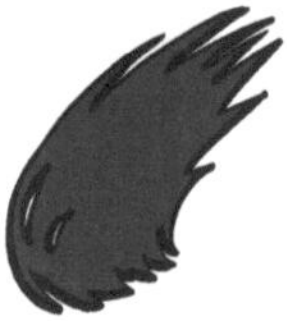

น้ำตาล

棕

เทา

灰

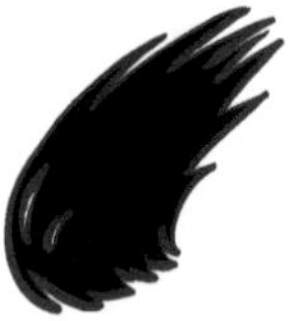

ดำ

黑

มาก/ น้อย

很多/少許

ฉุนเฉียว/ สงบ

生氣/平靜

สวยงาม/ น่าเกลียด

美/醜

เริ่มต้น/ จบ

首/尾

ใหญ่/ เล็ก

大/小

สว่าง/ มืด

明/暗

งชาย,พี่ชาย/ น้องสาว,พี่สาว

兄弟/姐妹

สะอาด/ สกปรก

乾淨/骯髒

สมบูรณ์/ ไม่สมบูรณ์

完整/缺失

กลางวัน/ กลางคืน

白天/晚上

ตาย/ มีชีวิต

死/生

กว้าง/ แคบ

寬/窄

กินได้/ กินไม่ได้

可食用/非食用

ชั่วร้าย/ ใจดี

邪惡/善良

น่าตื่นเต้น/ น่าเบื่อ

興奮/無聊

อ้วน/ ผอม

胖/瘦

อย่างแรก/ สุดท้าย

第一/最後

เพื่อน/ ศัตรู

朋友/敵人

เต็ม/ ว่างเปล่า

滿/空

แข็ง/ นุ่ม

硬/軟

หนัก/ เบา

重/輕

หิว/ กระหายน้ำ

餓/渴

ป่วย/ สุขภาพดี

生病/健康

ผิดกฎหมาย/ ถูกกฎหมาย

非法/合法

ฉลาด/ โง่

聰明/愚笨

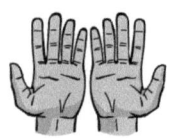

ซ้าย/ ขวา

左/右

ใกล้/ ไกล

近/遠

ใหม่/ ใช้แล้ว

新/舊

ไม่มี/ บางสิ่งบางอย่าง

沒有/有些

แก่/ หนุ่ม

老/幼

เปิด/ปิด

開/關

เปิด/ ปิด

打開/闔上

เงียบ/ ดัง

安靜/吵鬧

รวย/ จน

富/窮

ถูก/ ผิด

對/錯

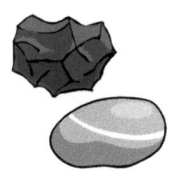

ขรุขระ/ เรียบ

粗糙/光滑

เศร้า/ ดีใจ

傷心/高興

สั้น/ ยาว

短/長

ช้า/ เร็ว

慢/快

เปียก/ แห้ง

濕/乾

อบอุ่น/ หนาวเย็น

溫暖/涼爽

สงคราม/ สันติภาพ

戰爭/和平

# เลข/จำนวน

## 數字

0
ศูนย์
零

1
หนึ่ง
一

2
สอง
二

3
สาม
三

4
สี่
四

5
ห้า
五

6
หก
六

7
เจ็ด
七

8
แปด
八

9
เก้า
九

10
สิบ
十

11
สิบเอ็ด
十一

# 12

สิบสอง

十二

# 13

สิบสาม

十三

# 14

สิบสี่

十四

# 15

สิบห้า

十五

# 16

สิบหก

十六

# 17

สิบเจ็ด

十七

# 18

สิบแปด

十八

# 19

สิบเก้า

十九

# 20

ยี่สิบ

二十

# 100

หนึ่งร้อย

百

# 1.000

หนึ่งพัน

千

# 1.000.000

หนึ่งล้าน

百萬

# ภาษา
## 語言

ภาษาอังกฤษ

英語

ภาษาอังกฤษแบบอเมริกัน

美式英語

ภาษาจีนแมนดาริน

普通話

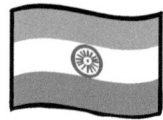

ภาษาฮินดี

印地語

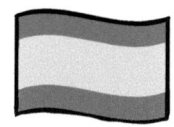

ภาษาสเปน

西班牙語

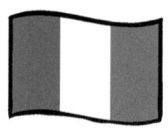

ภาษาฝรั่งเศส

法語

ภาษาอาหรับ

阿拉伯語

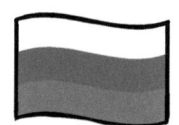

ภาษารัสเซีย

俄語

ภาษาโปรตุเกส

葡萄牙語

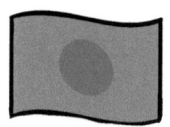

ภาษาเบงกอล

孟加拉語

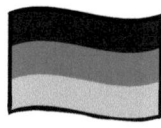

ภาษาเยอรมัน

德語

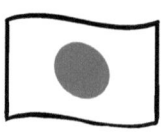

ภาษาญี่ปุ่น

日語

# ใคร / อะไร / อย่างไร
## 誰/什麼/如何

ฉัน

我

เธอ

你

เขา / หล่อน / มัน

他/她/它

พวกเรา

我們

พวกคุณ

你們

พวกเขา

他們

ใคร?

誰？

อะไร?

什麼？

อย่างไร?

如何？

ที่ไหน?

何處？

เมื่อไหร่?

何時？

ชื่อ

名字

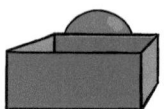

ข้างหลัง

後面

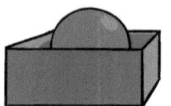

ใน

裡面

ข้างหน้า

前面

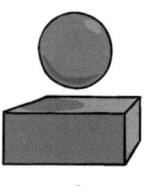

เหนือ

上方

บน

上面

ใต้

下麵

ด้านข้าง

旁邊

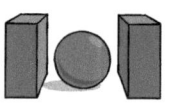

ระหว่าง

中間

ตำแหน่ง

地點